ஷெர்லாக் ஹோம்ஸ் ஜேம்ஸ்பாண்டாகிறார்

சச்சின்

படி வெளியீடு

கே.கே.நகர் மேற்கு, சென்னை - 600 078.
(பாண்டிச்சேரி கெஸ்ட் ஹவுஸ் அருகில்)
Ph: 044-6515 7525 Mobile: +91 87545 07070

ஷெர்லாக் ஹோம்ஸ் ஜேம்ஸ்பாண்டாகிறார் (கவிதைகள்)
ஆசிரியர்: சச்சின்©

Sherlock Homes Jamespandahiraar (Poems)
Author: Sachin©

PADI VELIYEEDU
(A Division of Discovery Book Palace)
First Edition : Dec - 2016
Pages: 80 - ISBN: 978-93-84302-15-3
Cover Design: Manikandan
Book Design: R.Prakash

Padi Veliyeedu,
6, Mahaveer Complex, Munusamy Salai,
K.K.Nagar West, Chennai-600 078.
Ph: +91 - 44-6515 7525
Mobile: +91 87545 07070

E-mail: discoverybookpalace@gmail.com,
Website: www.discoverybookpalace.com

Rs. 70

நன்றிக்குரிய ஆளுமைகள் மற்றும் தோழமைகள்

கோணங்கி/ ஜெயமோகன்/ சா.தேவதாஸ்/ கதிர்பாரதி/ பாரதி கிருஷ்ண குமார்/ புலியூர் முருகேசன்/ பூபாளம் பிரகதீஸ்வரன்/ செந்தில்/ இசை/ ஃப்ரான்சிஸ் க்ருபா/ ஸ்டாலின் சரவணன்/ சுரேஷ் மான்யா/ சித்ரன்/ சூர்யதேவ்/ தூயன்/ ரா.கார்த்திகேயன்/ மாசெ/ துரைக்குமரன்/ கிருஷ்ணப்பிரியா/ தங்கம் மூர்த்தி/ இரா.தனிக்கொடி/ முத்து நிலவன்/ சு.மதியழகன்/ ஆர்.நீலா/ ரமா.ராமநாதன்/ ஜீவி/ எஸ்.இளங்கோ/ ஸ்வாதி/ வடிவேல்/ வெள்ளைசாமி/ எஸ்.ஏ.கே/ சுபி/ ஆர்டிஸ்ட் முருகேசன்/ / மனுஷி/ யாழி/ ஃப்ராங்க்ளின்/ கனிமொழி.ஜி/ ராஜு.மாரியப்பன்/ ராஜ்குமார்/ ராமசங்கு/ ஹரீஷ்/ சேயோன் யாழ்வேந்தன்/ சேனட் மூன் விக்னேஷ்/ பி.எஸ்.வினோத்ராஜ்/ எஸ்தர் நாடல்யா/ ஜோ. விஜய்/ கண்ணன்/ ஆலங்குடி சுப்பிரமணியன்/ ரியாஸ்/ யமுனை செல்வன்/ மதி / செ.அரவிந்த்/ ஓவியம்: ஜோ.விஜய்

நன்றிக்குரிய இதழ்

ஆனந்த விகடன்

சச்சின்

புதுக்கோட்டை மாவட்டம் ஆலங்குடியில் பிறந்தவர். தந்தை, சி.செல்லத்துரை. தாய், சோ.மேகலா. பொறியியல் பட்டதாரியான இவர் தமிழ்நாடு மின்சார வாரியத்தில் உதவி மின் பொறியாளராகப் பணிபுரிந்து வருகிறார்.

கவிதைப்பரப்பில் சில ஆண்டுகளாக இயங்கி வரும் இவரின் கவிதைகள் சமீபத்திய ஆண்டுகளில் ஆனந்த விகடனில் தொடர்ந்து வெளிவந்து பெரும் வாசக கவனத்தை ஈர்த்தன. மேலும் சினிமாவின் போக்கு, திரைக்கதை மற்றும் தமிழ் சினிமா பாடல்கள் குறித்து தொடர்ந்து உரையாடியும், இயங்கியும் வருபவர்.

இது இவரது முதல் கவிதைத் தொகுப்பு.

மனைவி உ.லோகேஸ்வரி, குழந்தைகள் துரை மேகலைவன், தன்ஷிதா.

சமர்ப்பணம்

ஒன்பது வயதில் புத்தகத்தைக் கைகளுக்குள் திணித்த தந்தைக்கும்,

அதை என்னுள் திணித்த தாயவளுக்கும்.

நிலவை முடையும் பொடியன்

கவிதை நல்லாருயிக்கே எனச் சொல்லும் நண்பர்களுக்கு சின்ன சிரிப்பையும், கொஞ்சம் புரியல விளக்கம் சொல்லுங்க எனக் கேட்கும் நண்பர்களுக்கு எரிச்சலுடன் ஏதோ பதிலையும், தோழிகளுக்கோ இதுதான் வாய்ப்பென்று இல்லாததையும் பொல்லாததையும் சொல்லியும், தாங்கவொன்னா அழகை விரும்புபவர்களுக்கு ஒரு அம்மணக்குழந்தையைக் கையளித்தும், ஆழம் விரும்புவர்களுக்கு கடல் இல்லாவிடினும் ஒரு கிணற்றிலேனும் இறக்கியும், மேலும் கோணங்கிகளுக்கு தலையையும் மற்றும் கேனங்கிகளுக்கு வாலையும் காட்டி, எப்படியோ ஓடுகிறது இந்த வாழ்வு.

இருள் நிறைந்த வாழ்வில் டார்ச் லைட் அடித்துப்பார்த்தல் தான் கவிதையென்றான் நண்பன். உடனே பதறி டார்ச் லைட்டை அணைத்து விட்டேன். இப்போதுதான் கவிதை புலப்படத் துவங்குகிறது. இருளில் மிளிரும் அக்கோடு பிக்காசோவாகவோ அல்லது பிசாசாகவோ இருக்கலாம். பாருங்கள், கவிதைக்கு ஒரு வரி கிடைத்து விட்டது.

அந்தக்காலம் மாதிரியெல்லாம் இல்லை. இப்போ காலம் ரொம்ப கெட்டுப்போச்சு தம்பி என்பவரின் எளிய வார்த்தைகளை குறுக்கே வெட்டினால் ஒரு நவீன கவிதை கிடைக்கிறது. அது முன் பின் தெரியாத நவீன கவிதையாகக்கூட நடிக்கிறது. என்னே, எளிமையின் உன்னதம்.அந்தகாலம் மலையேறிப்போனதென்ற சொலவடையைப் போல அல்லது சக்தி கணேஷ் ஹோட்டலின் ரசவடையைப் போல. ஆகவே நண்பர்களே, எளிமையைப் பருகுதல் கவிதையின் விதை.

சிலவேளை, புறமும் அகமும் போடும் சண்டையில் தத்தளித்துத் தவிக்கும்படி ஆகி விடுகிறது. அப்போதைக்கான பைத்திய மனநிலையை உளறிக் குழற கொஞ்சம் மொழியை முறுக்கத்தான் வேண்டியுள்ளது. சில சமயம் அது ஒரு முறுக்காகக்கூட மாறி விடுகிறது. முறுக்கில் எளிமையை

எங்கனம் தேடுவது? எல்லாவற்றிற்கும் எளிமை கைகொடுக்காது. பாருங்கள் மனம் எப்படி மாறிப்போகிறதென்று.

புறமென்றும் அகமென்றும் பொருள்செய்து வாழ்ந்த தோராய ஈராயிர மரபின் பெருமை குறுகுறுக்கத்தான் செய்கிறது. உணர்ச்சிவசப்படும்போது மார்க்ஸையும், காதல்வசப்படும்போது ஜென்னியையும் ஏனோ மனம் நினைக்கிறது. கவிபடவாழ்தல் நிலமெங்கும் ஒன்றுதானோ? தறிகெட்டோடும் மனதை ஒரு வண்டியில் பூட்டுகிறேன். ஊரை அடைகிறது. ஊரில் ஊர் மட்டுமே இருப்பதால், மீண்டும் அதை அவிழ்த்து விடுகிறேன். இப்போது அது நிலமெங்கும் அலைகிறது இரையைத்தேடி. ஆகவே, உள்ளுணர்வுக்கும் அதற்கு மெய் தந்த எம் தாய்மொழிக்கும் வணக்கங்கள்.

பிறகு, என்னங்க கொஞ்ச நாளா கவிதை எதுவும் எழுதல போல, எதுவும் எழுதிருந்தா கொடுங்க டைப் பண்ணி எதாவது இதழுக்கு அனுப்பலாம் எனும் மனைவி அமைவது வரமல்லவா தோழர்களே, ஆகவே அந்த வரம் என்னும் கருத்து முதல் வாதப் பதத்திற்கு என் பதமான முத்தங்கள்.

மேலும், பிஞ்சென்றும் மூப்பென்றும் பாராது, என்னையும் ஒரு அக்கினிக்குஞ்சென்று கருதி, தன் நெஞ்சம் சொல்வதை மட்டும் கேட்டு, இக்கவிதைகளுக்கு சிறகுகளை அளித்த எம் ஆருயிர் "ப்ரோ" வேடியப்பன் அவர்களுக்கு அன்பின் நன்றிகள்.

அன்புடன்,
சச்சின்

சச்சின்,
புதுக்கோட்டை,
7373795004
9585614475 (whats app)
sivamegalaivan@gmail.com

மாந்தளிர் நிறப்பெண்

கனவும் கனவும் மோதிக்கொண்டதில்
சதுர சதுரமாய்ச் சிதறிப்போனாள்
மாந்தளிர் நிறப்பெண் ஒருத்தி

பால்மணக்கும் வாயுடன்
அதிமதுர மாம்பழச்சாறொன்றின்
ஒரு துளியை நாக்கில் நக்கி
மோகச்சுவையின்
கடைசி நொடி பாவனை காட்டுகிறாள்
நடிகை

சோர்ந்து வீழும்போது
அவளை சுற்றிலும் குறுமாஞ்செடிகள்

புண்ணியமாய்ப் போகும்
அவற்றிற்கு யாரேனும் ஒரு துளியாவது
தண்ணீர் ஊற்றுங்களேன்.

எம்மெஸ்வேர்டும் எம்மெஸ்எக்ஸெலும்

முன்போல் இல்லை
இந்த எம்மெஸ்வேர்டும் எம்மெஸ்எக்ஸெலும்

மொக்கை கவிதைகளாக எழுதி
சாவடிக்கிறார் வேர்டு

கேட்டால் எட்கர் ஆலன் போ படித்திருக்கிறாயா
என்கிறார் சம்மந்தமில்லாமல்

புள்ளி வைத்தாலே கோலம் போட்டுவிடும் வேர்டு
இப்போது கோலம் போட்டாலும்
இது பூனைக்குட்டிதானே என்கிறார் புரியாமல்

மேலும் பக்கத்தின் கடைசியில் எண்டரைத் தட்டினால்
தவளையெனத் தாவி அடுத்த பக்கத்தில்
தடுக்கி விழுந்து விடுகிறார்

எக்ஸெலின் நிலையோ இன்னும் பரிதாபம்
கூட்டல் கழித்தலில்கூட நம்ப முடியவில்லை இவரை

எட்டிலிருந்து ஒன்பதைக் கழிக்கப் போராடி
கடன் வாங்க ஆளின்றி அலைக்கழிந்து கடைசியில்
இரண்டையும் கூட்டி வைத்துவிட்டு மிஸ் அடிப்பாரென
பேண்ட்டை நனைத்துக் கொள்கிறார்

சிலசமயம் ரோ எது காலம் எது
என்பதுகூட அறியாமல்
கண்கலங்கி நிற்கிறார்

மனசு கேட்காமல்
ஷட்டவுன் செய்து கிளம்பிவிட்டேன்

அடுத்தநாள் வந்து பார்த்தால்
சீரியலில் வரும் நாயகிக்கு சொந்தம் கொண்டாடி
சண்டையிட்டுக் கொண்டிருக்கிறார்கள்

தலையெழுத்து
இவர்களுடன்தான் வாழவேண்டியிருக்கிறது.

ஷெர்லாக் ஹோம்ஸ் ஜேம்ஸ்பாண்டாகிறார்

ஷெர்லாக் ஹோம்ஸ் உலவும் வீதிகள்
எங்கள் ஊரிலும் இருந்தது அன்று

கர்ப்ப வயிற்று யானைக்கூட்டம் கலைந்து
இருள் கவியும் அந்தியில் புகைபோல் வருவாரவர்

துப்பறியும் கண்களுடன் ஊடுருவும் ஹோம்ஸ்
சித்தப்பாவின் வீட்டருகே நிலைகொள்கிறார்

ஒன்றுவிட்ட சித்தப்பாவின்
சிவந்த இருசோடி விகேசி ப்ரைடுகள்
துணுக்குற செய்கின்றன புலன்களை

பின்னணி இசை ஒலிக்க உட்செல்லும் ஹோம்ஸ்
முற்றிய மத்தளத்தின்
அடிவயிறு அதிரும் மென்னிசையில்
நோக்கம் பிறழ்ந்து போகிறார்

காலம் இடம் குணம் சிதைந்து
அப்போதுதான்
முதன்முதலாக ஜேம்ஸ்பாண்டாகிறார்
ஷெர்லாக் ஹோம்ஸ்

பொன்னையா ஆசாரியெனும் பெருந்தச்சன்

கனகாம்பர அம்பாளின்
உயிர் ததும்பும் வடிவம் கண்டால்
முகம்புதைத்து மனம் பேதலிக்குமவன்
பொன்னையா ஆசாரியெனும் பெருந்தச்சன்

முதிர்ந்து உதிர ஆயத்தமாகும் கிழவனின்
பழுத்த கண்கள் அவனது

நிசப்தம் உடையாப் பொழுதுகளில்
காலில்லா தேரிலேறி அம்பாளின் இருக்கையமர்ந்து
ராஜகம்பீர சத்தமிடுவான் தன்னிலை திரிந்து

தேர்க்காலின்
ஒற்றைச் சக்கரத்திற்குக் கடையாணி செய்ய
மாதங்கள் செய்யுமவன்
கால் ஒன்றைச் செய்வதற்கு
மாமாங்கம் செய்வானோ

அம்பாளின் களிநடன அபிநய விரல்களில்
நூல் பற்றியறுந்த கணத்தில்
மகிழ்வோடு பிறந்த மார்பானான் பொன்னையா

கோயில்வாசம் கொண்ட தச்சன்
சாயும்நேர அவளின்
ஒளிகுறை எழில்கண்டு அன்றலர்ந்து நகர்வான்

அவளின் கடைக்கண் பார்வை பட்டால்
உறுமீன் கொண்ட கொக்கின் அவசரமெனப் புரையேறி
காகங்களை வணங்கிவிட்டு சாஷ்டாங்கமாகத்
தொப்பெனச் சத்தமிட விழுவான் கால்களில்

அம்பாளும் கடைவிழி துளி நீரின்மூலம்
அவன் தலை நனைப்பாள் யாருமறியாமல்

தனக்கு அவள்மேல்
மையலிருந்ததை ஒத்துக்கொண்ட நாளில்தான்
கடைவாயில் குருதிவழிய
தேர்க்காலில் கண்மூடிக்கிடந்தான்
பைத்தியகாரப்பயல் பொன்னையா

ஊழின்மேல் பழிபோட்டு
உலகுநடத்தும் அம்பாள்
விரல் நடுங்க வீற்றிருந்தாள் கண்மூடியபடி!

மலர்களுக்கு லீவு விடுங்கள்

என்ன மனிதர்கள் நீங்கள்
மல்லிகை மலர்களே வெட்கிச் சிவக்குமளவுக்கு
நா கூசாமல் புகழ்கிறீர்கள்
உயிரை உறிஞ்சி முகர்கிறீர்கள்
கசக்கிப் பிழிந்து
காதல் டார்ச்சர் செய்கிறீர்கள்
வைத்த கண் வாங்காமல் வைத்தே இருக்கிறீர்கள்
இன்னும் சன்னமான குரலில் சொன்னால்
அவற்றின் அந்தரங்கத்தில் முத்தமிடுகிறீர்கள்
ஐயகோ
என்னே மனிதர்கள் நீங்கள்
அவற்றை சுயமாக வாழவிடுங்கள்
கொஞ்ச நாளேனும்
மலர்களுக்கு லீவு விடுங்கள்

சச்சின்

ஒரு சிறிய காதல் கதை என்பது

பேருந்துப் பயணமொன்றின் கருத்த தேவதை
வண்ணம் பரிமாறி
எண்ணும் பரிமாறிய நாளின் மழை இரவில்
நாட் ரீச்சபிளாகி
நெஞ்சில் தீ வைத்தல்

அல்லது
மருத்துவரின் டோக்கன் ஏந்திய காரிகை
உள்ளொன்று வைத்து புறமொன்று பேசி
கடையனான நம்மை கண்வைத்து
இடையில் செருகி விடுதல்

அல்லது
முகநூல் முக்கத்தின் சந்தன மையலில் கரைந்து
வழிய வழிய உரையாடி இன்பாக்ஸ் வரையோடி
நம் ஆத்திரம் பொங்க
ஒருத்தி ஆணாய்ப் போதல்

அல்லது
நேற்றின் வெண்பனி பூக்கும் கருமிரவில்
ஒருதலைக்காதலி முத்தமிட நெருங்கையில்
இன்று கனவு மறந்து போதல்

அல்லது
பதிற்றாண்டுக் கனவுகளோடு கதவினைத் தாழிட்டு
உட்சென்று பார்த்தால் ஒருத்தி
பல்லாண்டின் ஒளியோடு தவளையெனக் கிடத்தல்

மற்றும்
தினத்தந்தியில் உல்லாசமாக இருந்த நாம்
அதே ஒருத்தியின் கணவனால்
மாலைமலரில் கொலையுண்டு போதல்

அர்த்த மயக்கம்

'செக்ஸி' என்ற வார்த்தைக்கு
நீண்ட காலமாய்த்
தப்பர்த்தம் புரிந்து வைத்திருந்தார்
செல்கடை சித்தப்பு
அதைக் கேட்டாலே
துர்நாற்றம் முகர்ந்ததைப் போலே
முகங்கொள்ளுமவர்
அன்று சரியான அர்த்தம்
சொன்னதும் சற்றே வெட்கினார்
எனினும் குடும்பத்துடன்
கிரிக்கெட் பார்க்கும் வேளைகளில்
வர்ணனையாளர் 'செக்ஸி ஷாட்'
எனும்போது
கொஞ்சம் பதற்றமடைந்துதான் போகிறார்

அர்த்த ஜாமத்தின் கொம்பேறி மூக்கன்

பெருமரமொன்றின் மென்னுடல் பற்றும்
துணைக்கொடியொன்று
அர்த்தஜாமத்தில் கொம்பேறி மூக்கனாகும்

பேசும் கலவியும் பேசா மடந்தையும்
சேர்ந்திருப்பது செய்நேர்த்தியெனில்
காலப்பிரக்ஞையற்ற புலனுணர்வு
வாய்த்தல் சுகந்த வரம்

கடைசிநேர தடுமாற்றத்திற்குப்பின் வரும்
வெட்டவெளி பெரும் சூனியவெளி

நமக்கான மிடறு ஊறும்வரை
காத்திருத்தல்தான் உறுபசி.

உவமைக்குக் கட்டுப்படாதவள்

அவள் எதற்கும் கட்டுப்படாதவள்
உவமை உட்பட

சென்றமுறை காதலைச் சொன்னவனை
காறி உமிழ்ந்தவள்
இம்முறை இதழோரம் குறுநகைக்கிறாள்
மேலும் குழம்பித் தவிப்பவனின்
கன்னத்தைக் கிள்ளி
செவ்வரளிப்பூவொன்றை வீசியெறிகிறாள்

கும்மங்குளம் சர்ச்சுக்குச் சென்று சாமியாரிடம்
அப்பம் பெறுகிறாள்
பங்குனி கடைசி வாரம் பார்த்தால்
கொன்னையூர் மாரியம்மனுக்கு கதம்பம் சுற்றிய
கொத்துமுடிக்கற்றை காணிக்கை தருகிறாள்

முற்றத்தில் அமர்ந்து சிட்டுக்குருவிக்கு
பொரியரிசி வீசுபவள்
சென்ற வசந்தத்தில் கவண்கல்லுடன்
வான ஊதாநிற மைனா தேடியலைந்தாள்

நேற்றோ
பள்ளிச் சிறுவனிடம் கி.ரா வின் குட்டிக்கதையொன்றைச்
சொல்லி வெடித்து சிரித்தவள்
இன்று மாருதி லாட்ஜ் வாசலில்
பாழுங்கிழவனுடன் உரையாடி நிற்கிறாள்

விஷயம் என்னவென்றால்
அவளைச் சொல்லி அழைக்க
உண்மைக்கு மிக நெருக்கமான உவமையொன்றைத்
தேடியலைந்தபோது
காதோரம் அவள் வந்து
தானொரு பெண்ணென்று கிசுகிசுக்கிறாள்.

சச்சின்

வாழ்க்கை ஒரு நீள்வட்டம்

பிராய்லருக்குப் புரிவதில்லை
ஒரு கோழிமுட்டையின் வாழ்வு

அடைகாக்கும் கோழிக்கு அதிர்ஷ்டமிருந்தால்
பிள்ளைமுகம் பார்க்கும்

இல்லையென்றால் பிள்ளை
பொடித்த வெங்காயம் சேர்த்து
ஆவிபறக்கும் ஆம்லெட்டாகி சுவைதீர்க்கும்

அவித்து இறக்கி ஆடை நீக்கினால்
இளமங்கையின் தளுக்குக் காட்டி சிரிக்கும்

பத்துமணி தாண்டி
பாண்டியன் கபே பக்கம் வந்தால்
முட்டைப் பொடிமாஸாகி
பங்காளிகளுக்கு நாவினிக்கும் சைட்டிஷ்சாகும்

பாலைவனத்து கையளவு நீரென
ஆஃபாயிலாய் மிதந்து நின்று
நாவூறும் வெற்றிலையாகும் சிலருக்கு

இவை எதுவுமறியாமல் கண்ணாடிப்பெட்டிக்குள்
தீயில் சுழலும் பிராய்லர் முண்டம் உணருமா
வாழ்க்கை ஒரு வட்டமென்றால்
கோழிமுட்டைக்கு கொஞ்சம் நீள்வட்டம்தானென்று.

தாயம் கேட்கும் தலைமுறை

சோழியைக் குலுக்கிப் போட
பன்னிரண்டு விழுந்ததைப் போல
பிள்ளைகள் பெற்றாளாம் அப்பத்தா

நோவுக்கு நான்கு கொடுத்து
சாவுக்கு மூன்று கொடுத்த பின் மிஞ்சியது
அப்பாவும் அத்தைகளுமென ஐந்து உருப்படிகள்

அத்தைகளை பொறுப்பாய் கரைசேர்த்து
நாற்பதைத் தொட்டு திருமணம் முடித்த
அப்பாவுக்கு சோழியில் விழுந்தது நான்கு

ஐம்பதை நெருங்கும் போது
வெட்கப்பட்டுக் கொண்டே
தம்பியைப் பெற்றாளாம் அம்மா.

மென்பொருள் துறையொன்றில்
மனிதவளப் பிரிவில் பணிபுரியும் நான்
ஒன்பது வருடங்களாகக் காத்திருப்பதோ
ஒரே ஒரு தாயத்திற்குத்தான்!

சச்சின்

பூக்களிடம் பேச வேண்டாம்

சம்மந்தப்பட்ட ஒரு மரணம்
ஒருமுறை மட்டும் நிகழ்வதில்லை
பூவும் பிஞ்சுமான தொலை நில மரணங்கள்
நகரவீதியின் ஆம்புலன்சைப் போல
எளிதாய்க் கடந்து விடுகின்றன
அருகாமையும் பரிச்சையமும்
ஆழ உழுது விடுகின்றன நிலத்தை
பசுமை பூத்து நிற்கும் பொழுது
நெற்பயிரின் ஸ்பரிசமென அருவுகிறது
செம்மண் கற்கள் பூத்த நிலம்
பெருங்காற்றுக்கும் அசையாமல் கிடக்கிறது
தலைசாய்த்த பசுங்கதிர்களும் கூட
நிறம் மாறும்வரை நிமிர்வதில்லைதான்
சிரித்த பூக்களின் அல்லது
காம்பு தொடுக்கிய கனிகளின் ஞானத்தை
ஏந்தத் துணிவதில்லை இப்பாழ்மனம்
காற்றிலாடும் சுடரில் விட்டில்களாய்
வெந்து தணியும் சுகம் உள்ளவரை
பூக்களிடமும் கனிகளிடமும்
பேசப் பழக வேண்டாம் யாரும்.

அவன் அப்படித்தான்

பேச நேர்ந்தது
கேட்க நேர்ந்தது
சொல்ல நேர்ந்தது
செல்ல நேர்ந்தது
பணிய நேர்ந்தது
துணிய நேர்ந்தது
பழக நேர்ந்தது
வெறுக்க நேர்ந்தது
கொடுக்க நேர்ந்தது
எடுக்க நேர்ந்தது
காட்டாற்று வெள்ளத்தில்
ஐந்தரை அடிப் படகில்
அவன் ஒரு தனியன்
அவன் வாழ்வு அவ்வழிதான்
அவன் அப்படித்தான்.

சச்சின்

ஏதுமில்லை

விளக்கு
மின்மினிகள்
கனவுகள்
கவிதைகள்
எதுவுமில்லை

சோர்ந்து கிடக்கிறது
கரும்பாலைவனம்

பைத்திய முற்றம்

எல்லாம் பைத்தியகாரப்பசங்க சார் என்றார்
ஆமா சார் என்றேன்
எல்லாம் பைத்தியகாரப்பசங்க சார் என்றார்
ஆமா சார் என்றேன்
எல்லாம் பைத்தியகாரப்பசங்க சார் என்றார்
யார் சார் என்றேன்
எல்லாமே பைத்தியகாரப்பசங்க சார் என்றார்
கண்டிப்பா சார் என்றேன்

ஒரு படம் பார்த்தேன்

கச்சிதம் எனும் வார்த்தையை நீண்ட
நாட்களுக்குப்பின் நினைவுபடுத்திய இடைச்சியொருத்தி
கைகளுக்குளடங்கும் இடையும்
பெருத்த உறைவெண்ணெய்ப் புட்டமும்
கொழுத்த கால்பந்து முலையும்
பிஞ்சு யோனியும்
குழந்தைச் சிரிப்பும் கொண்டு
குதிகால் எக்கி
கண்ணனிடம் இரைஞ்சுகிறாள்
ஒரு முத்தத்தை
அப்படியே ஃப்ரீஸ் செய்து
நாயகனாக உருமாறி
உள்ளே செல்கிறேன் நான்
வெண்ணெய் திரண்டு வர தாழி
உடைவதைப்போல
தாழி உடைந்து விட்டது
வெண்ணெய் ஆறாய்ப் போய்க் கொண்டிருக்கிறது

சந்நிதி விஷேசம்

சந்நிதி விசேஷம் ஆட்கொண்ட
ஒரு துல்லியமான கணப்பொழுதில்
மையல் வேர்பரப்பிக் கிளர்ந்தது

நயம் மிகுந்த
ஒரு கணம் தவறியிருப்பினும்
ரன் லோலா ரன் கதையாயிருக்கும்

நான் கொண்ட அவளும்
அவள் கொண்ட நானும் விசேஷம் விசேஷமென
திருவிழாதோறும் கொண்டாடியபடியிருந்தோம்

சாதிவிட்டு சாதி போனால் நெஞ்செரியும்
கிழங்களிடம் மதம்விட்டு மதம் தானே
எனச்சொல்லி ஆசுவாசப்படுத்தியிருந்தோம்

மாதம் இருமுறை ப்ரேக் அப் செய்யும்
கயவர்கள் மத்தியில் நல்லொழுக்கம்
கடைபிடித்தோம்

யாருமில்லா தனியறையில்
ஒரு மத்தியான வேளையில் வழிபடுதல் நடந்தேறியது

யார் கண்பட்டதோ அன்றிலிருந்து
ஞாயிற்றுக்கிழமை ஜெபங்களில் நானும்
அம்மன் கோவில் கிழக்காலே அவளும்
இப்பொதெல்லாம் தென்படுவதேயில்லை

காலம் கலிகாலம்
ஆண்டவனுக்கு ஸ்தோத்திரம்.

பச்சையை சலனப்படுத்தும் நியூட்டனின் பழம்

அடர் பச்சை நிறக் குளத்துத் தவளைகள்
கத்தியபடியிருக்கும் நள்ளிரவுக் குளிரில்
பாசிகள் விலக குளத்தில் விழுகிறது
ஒரு நியூட்டனின் பழம்

மௌனம் தகிக்கும் உறங்கும் வனத்திற்குள்
சிறுதுளிச் சத்தம் சலசலக்கிறது

வனத்தின் காதுகளைக் கூர் தீட்டிப் பார்க்கும்
விழித்த மனம் சலனம் கொள்கிறது

பச்சைக் குளம் உமிழ்ந்து கொண்டிருக்கிறது
மெல்லிய வெப்பத்தை

அதன் சூட்டில் ஓடுடையும் மீன்குஞ்சுகள்
கற்றுக்கொள்கிறது நீரின் அலைவை
பின் நீந்துதலின் தவிப்பை

மீன்கள் மீன்களளனப் பாசிதின்று
நிறமற்றதாகிறது குளம்

இரவின் நிறமப்பிய குளம்
பறவைகள் துயில்நீக்கிய அதிகாலைதாண்டி
மரங்களின் பசுமை பூசி
மீண்டும் அடர்பச்சை நிறமாகிறது

குதித்தோடும் தவளைகள்
இச்சையூட்டும் பச்சை நிறம் தின்று
மீண்டும் நியூட்டனின் பழத்தை
துணைக்கழைக்கின்றன அடுத்த சுற்றுக்கு.

மரம்

தலைவிரித்து நிற்கும்
ஒரு கிழவியைப் போல்
காற்றுக்கு நின்று கொண்டிருக்கிறது
ஒரு முதுமரம்

அதன் முகம் ஒரு துறவியின்
காவிய மவுனத்தைக் கண்டடைந்திருக்கிறது

அழுவதற்கென்று ஒரு உயிர்
சிரிப்பதற்கென்று ஒரு உயிர்
அதனிடம் இல்லை

உங்களிடம் சொல்வதற்கு
சிறப்பாய் ஒன்றும் இல்லை

உயிர் அழுத்திக் கேட்டால் மட்டும்
ஆழாதி ஆழத்தில் கிடக்கும்
தண்ணீரை கொஞ்சம் எக்கிக் குடிக்கிறது

மற்றபடி
இந்த வசந்தத்திலும்
உங்கள் கடவுளர்களுக்கு மலர்களையும்
உங்களுக்கு கனிகளையும்
அளித்துக் கொண்டுதான் இருக்கிறது.

தொலைதேசக்கனவு

மிகத் தொலைவில்
இருளுக்கு அப்பால்
உறைந்திருக்கிறது பெரும் கனவு

புனைவுகளின் பின்னலில்
காலுன்றி நடந்து கொண்டிருக்கிறது
ஒரு குருட்டு ஈ

காலமும் திசைவேகமும்
பிரக்ஞையில் இல்லா ஈக்கு
பெரும் கனவுகளைப் பற்றிய
சிறிய கனவுகளே கைப்பிடி

பல்லிகளின் சன்னமான ஒலி இடைவெளியின்றி
காதுகளில் கேட்டுக்கொண்டுதான் இருக்கிறது

அதன் றெக்கைகளைப் பற்றி
அதனிடம் சொல்லப் போவது யார்
என்பதே இப்போதைய கேள்வி

ஒரு இனிமையான சொல்

சதவீதம் என்பது எவ்வளவு
இனிமையானவொரு சொல் எங்களுக்கு

திட்டம் பற்றிய திட்டமிடுதலில்
முப்பது சதவீதம்
இருபது சதவீதம்
பத்து சதவீதம்
என வகைவகையான சொற்கள்

அதுதான் எங்களுக்கு கோபுரங்களை
எழுப்பித் தந்தது

மாலைகளை அணிவித்தது
சிம்மாசனத்தில் அமர்ந்து கர்ஜிக்கச் செய்தது

தேவையற்ற குடிசைகளை தீக்கிரையாக்கும்
சுதந்திரத்தை அளித்தது

காலம் கருதி வாத்துகளின் வயிற்றை
லாவகமாகக் கீறி பொன்முட்டைகளை
எடுக்க கற்றுக் கொடுத்தது

ஆட்டு மந்தைகள் அருகே
சந்தைகளை அமைக்கும் எளிய கணக்கை
சொல்லிக் கொடுத்தது

இப்போது நாங்கள்
கோபுரங்களுக்குள் அமர்ந்து
சதவீதக்கனவில் மிதந்தபடி
ஒவ்வொரு செங்கலாக உருவிக்கொண்டிருக்கிறோம்
சரியத்தயாராகிறது கோபுரங்கள்

சச்சின்

முப்பது சதவீதம் இருபது சதவீதம்
தொடர்ந்து கேட்டுக்கொண்டே இருக்கிறது

சதவீதம்
என்னவொரு இனிமையான சொல்

அகாலவேளை ஞானம்

ஸ்டான்லி குப்ரிக் ஒரு சாயலில்
அல்டிமேட் ஸ்டாரேதான் என அடித்துப் பேசினார்
செல்கடை சித்தப்பு
கொஞ்சம் உருட்டி முழித்தபின்
அரவிந்த்சாமி மாதிரியும் தெரியுது
என்று சறுக்கினார்
கொஞ்சமே கொஞ்சம் போதை கிறக்க
ஃபோலிட்டா நபாக்கோவ்தான்
க்ளாக்வொர்க் ஆரஞ்ச் ஆண்டனி பர்கஸ்தான்
ஆண்டனிதான் பாட்ஷாதான்
என்று அகாலவேளை ஞானம் வழிந்து
விக்கிப்பீடியாவையே திக்கித் திணறடித்தார்

மறுநாள் மேட்னிஷோவில்
கையில் இடைத்தீனியுடன் அமர்ந்து
முத்துக்கு முத்தாக
சொத்துக்கு சொத்தாகவென
மூக்கை சிந்திக் கொண்டிருந்தார்

இரண்டு கிலோ கௌரவம்

தர்பூசணி என்று அழைப்பது
கௌரவக் குறைவு என்று எண்ணியதால்
தர்பூஸ் இரண்டு என்ன ரேட் என்றார்
செல்கடை சித்தப்பு
தர்பூசணியை எடைக்கு விற்கும்
புத்திசாலிகள் நிறைந்த நாட்டில்
ஏமாளியாக இருத்தல் வரம் ஆதலால்
ஒன்றுக்கு இரண்டாக வாங்கினார்
எப்போது இறங்கிய பழம்
என வியாபாரியிடம் விசாரித்த சித்தப்பு
நேற்றுதான் எனச் சொன்னதும்
கிட்டன்ஸ்லதானா என்று கேட்டுவிட்டு
பெருமை பொங்கப் பார்த்தார்
வண்டியைக் கிளப்பிய அவரிடம்
நடந்து வந்த ஒருவன்
மருத்துவமனைக்கு வழிகேட்டபோது
ஆஸ்பிட்டல் இப்படியே போனா வாக்கபிள்தான்
என்று சொல்லி
விசிலடித்தபடியே கிளம்பி போனார்.

பொன்மகளே தேவியம்மா

இந்த சிறுநகரத்தில் ஒரு கழிப்பறையைத் தேடி
நீ அலைந்த போதுதான்
உன்னை நாங்கள் வடிவான உருவென்று
பரஸ்பரம் பகிர்ந்து கொண்டோம்

மகவின் பசியை நினைந்து மறுகி
நீ தளர்நடை கொண்டபோது
மெல்ல நட மெல்ல நட உன் மேனி என்னாகும்
எனப் பாடிக் களித்தோம்

உன் அலுவல் சூழலிடம் போராடி
வெடித்த கேசம் காற்றில் அல்லாட வெளியேறியபோது
சுவாரஸ்யமான கதைகளை உருவாக்கினோம்

சூரியன் ஒளிந்து கொள்ளும் பொழுதில்
உறவுகளின் தேவை போக்கி கசங்கி நின்றபோது
மாதவி அணிந்த மெல்லிய நைட்டியொன்றை
உனக்குப் பரிசளிக்க விரும்பினோம்

கெஞ்சையில் கோபித்து கோபிக்கையில் கெஞ்சி மற்றும்
இன்னபிற காதல் தொழில்நுட்பங்களைக் கையாண்டு
நீ அன்பின் நம்பிக்கையில் தலைசாய்த்திருந்தபோது
காணொளிகளைப் பதிந்து இணையவெளிகளில்
உள்ளீடு செய்து கெக்களித்தோம்

செங்குருதி படிய உன் உயிர்குடித்தோம்
சீதாராமனின் கண்கொண்டு
பெய்யெனப் பெய்யும் மழையைத் துணைக்கு அழைத்தோம்

பிறிதொருநாள்
எங்கள் பெருந்தன்மையைப்
பறைசாற்றிக்கொள்ள விரும்பியபோது
ஊரெல்லாம் கோவில்செய்து

சச்சின்

வனப்புமிகு சுடரென அலங்காரம் செய்து
அம்மா தாயே என அருள் இறைஞ்சினோம்

நீ மனிதத்தின் விதைகளை காலாகாலத்திற்கும்
சுமந்து செல்லும் தேவதையென்றோம்

நீ ஒரு மெல்லிய புன்னகையுடன்
நான் ஒரு மனுஷியென்றாய்

அப்போதும்
கண்கள்மூடி செவியடைத்து வாய்மறந்து
நாங்கள் மதுக்கோப்பைகளிலிருந்து மெல்ல மெல்ல
வழிந்து கொண்டிருந்தோம்.

செல் விடு தூது

தழைத்துயர்ந்த புன்னை மரத்தின்
நிழல் சாய்ந்து கிடக்கும் முதலாம் மாடியில்
பால்கனி கசிந்து மணக்கும் அந்தியில்
தாமிர நிற மயிர் காற்றில் படர
புன்னையென்றால் என்னவென்றறியா தலைமுறைத் தலைவி
கயல்விழிகள் கண்ணீரில் நீந்தக் காத்திருக்கிறாள்
எம்ஜியார் நகர் முனையில்
பென்சில் ஃபிட் கால்களைக் கவ்வ
தேங்காய்க் குடுமி தாடி செய்து
எஃப் இசட்டில் உறுமிக்கொண்டிருக்கிறான் தலைவன்
தூது செல்லும் காந்த அலைகளே
தொழில்நுட்பக் கோளாறெதுவும் அண்டவிடாமல்
அவரிடம் சேர்த்துவிடுங்கள்
டாடி மம்மி வீட்டில் இல்லையென்ற
வாட்ஸப் செய்தியினை.

சச்சின்

முன்னுக்குப் பின் முரணான உலகமடா சாமி

வெப்பம் எனப் பெயர் கொண்ட ஒருவன்
ஒன்றரை டன் ஏசி ஒன்றை வாங்கி
சுவாசித்துக் கிடந்தான் குளிரை

இன்னிசை என்ற செந்தில்குமரன்
அனல் காய்ந்த பறையைக்
குத்திக் கிழித்தான்

கடல் என்ற பெயருள்ளவனோ
தொட்டி மீன்களைக்
குழம்பு வைத்து சுவைத்தான்

முன்னுக்குப் பின் முரணான உலகமடா சாமி
என்றவாறு
மழையாகிய நான்
ஒரு குடையை வாங்கி விரித்து
எட்டு வைத்து நடந்தேன்.

பறக்க எத்தனிக்கும் குட்டிக்குருவி

அந்த பருத்திச் சேலைக்கு கொள்ளை ஆசை
சுகந்த வாய் மணம் கசியும்
குட்டிக் குருவியின் நெஞ்சில் ஒட்டிக்கொள்ள
அதன் சூடான திரவத்தில் நனைந்து சிலிர்க்க
அதன் சிறகுகளை நீவி விட
வாயோடு வாய் வைத்து மறந்து கிடக்க
மெல்லிய தாலாட்டொன்றைப் பரிசளிக்க

பிறகு
குட்டிக்குருவியின் தத்தளிப்பில்
நெஞ்சம் படபடக்கவுமாக அவ்வளவு ஆசை

பிறகு
குருவி பறக்க எத்தனித்த நாளொன்றில்
அதன் சிறகுகளின் வளர்ச்சியை நினைத்து
பிரிவு தரும் ஆற்றாமைத்துயரில்
யாருமறியா வண்ணம்
வாஷிங்மெஷினுக்குள் உழன்று அழுது கொண்டிருந்தது அது

KTVன் காலைக்காட்சியில்
கிளிக்கு ரெக்க மொளச்சுடுத்து
அது ஆத்த விட்டு பறந்து போய்டுத்து என
சிவாஜி உதடு குவித்து குலுங்கிக் கொண்டிருந்தார்.

கெட்டபய சார் இந்தக் காளி

வான்வீதிகளில் உலவும் என்
சினிமா தோழர்களுக்கு
ரஜினிசார் ஆதர்சம்
ராஜாசார் ஆத்மார்த்தம்
மகேந்திரன்சார் குலதெய்வம்
கொஞ்சம் அந்நியமாய்த்தான் சார் இருக்கிறது

நான்
மகேந்திரன் இயக்கத்தில்
இளையராஜா இசையில்
ஒரு படம் பார்க்கிறேன்
கெட்டபய சார் இந்த காளி
என்கிறார் ரஜினிகாந்த்
அவ்வளவு நெருக்கமாக இருக்கிறது சார்

நல்ல பாம்பு

மரணக் கடவுள் எனக்கு
ஒரு பாம்பினைப் பரிசளித்தார்
நல்ல பாம்பு
சொல்லப் போனால் மிக நல்ல பாம்பு
அது என்னை ஒரு ஓவியனாக்கியது
என்னிடம் கையளித்தது
சில புற்றுகளை
சில போக்குகளை
சில காடுகளை
சில உயிர்களை
கூடவே
ஆதிக்கலை தரும் போதையை
போதை தரும் மமதையை
மமதை தரும் பித்தை
பித்து தலைக்கேற
அர்த்தமுள்ள ஒரு பார்வை பார்த்தபடி
நீலம் பாரித்தேன் நான்
வந்த வேலையை முடித்த கடவுள்
பேக் அப் என்றார்

நட்சத்திரா தேவியும் சில காதல் விதைகளும்

என் நெடுங்கனவினுள் நேற்று நுழைந்த
நட்சத்திரா தேவி
தன் சிவந்த வயனிலினில் நரம்பு தொடுத்து
காதல் இசை மீட்டினாள்
என் ஒவ்வோர் அணுவும் சமனிலை குலைய
கடைசி நரம்பில்
அவளின் விரல் இடரையில் சிதறிப்போனேன்
உடைந்த என் சில்லுகளை கவனமாய் எடுத்து
ஒவ்வொன்றிலும் தன் இதயத்தை சரிபார்த்த பின்
ஒளிமிகு அடர்வனத்தில் பசுந்தழைகள் இட்டு
இருவரையும் பதனமிட்டாள்
மழைக்காலத்தின் காதல்நீர் சொட்டி
நாங்கள் மரங்களாகிப்போனோம்
வசந்தகாலத்தில் வனமானோம்
கோடரியை கையிலேந்திய காவலர்களே
எங்களை வெட்டிசாய்த்தபின்
எங்கள் விதைகளை கொஞ்சம் எடுத்துக்கொள்ளுங்கள்
கண்டிப்பாக அது உதவக்கூடும்
உங்கள் குழந்தைகளுக்கும்
பின் அவர்களின் குழந்தைகளுக்கும்

பெருவெப்ப நாளொன்றின் காதல்பொழுது

சிறுமலைக்குன்றின் உச்சியில்
பெருவெப்ப நாளொன்றின் தகிப்பில்
கல்லிடைக் கசியும் ஒளிமிகு நீர்தான்
காதலென்றான் இடையன்
முன்சென்ற ஆடுகளின் கழுத்து மணியோசையை
கனவின் இசையாய்க் கொண்டவன்
இடைச்சியின் குறுமனத் தினவில்
நேற்று செத்துப் போனான்
செம்புழுதி நுரையீரல் தின்ன
இதயம் மட்டும் அவளுக்காய்
பாதுகாத்து வைத்தான் கீதாரி மகன்
இலவம்பழ வெடிச்சிரிப்பில் பஞ்சாய்ப் பறந்தவன்
பறந்து
மேலே மேலே பறந்து
செம்மண் வீதிகளில்
காதலைப் பாடிச் செல்கிறான்
யாருமறியாமல்

பாவாடை ராட்டினம்

கயிற்று வளையத்தினுள்ளிருந்து
காற்றில் முத்தத்தைப்
பறக்க விடுகிறாள்
குட்டைப்பாவாடை
ராட்டினமாய் சுழலும்
தஞ்சாவூர் சாந்தி

குழந்தை பொடியன்
வாலிபன் கிழவனென
எல்லோரையும்
சந்திக்கிறது அம்முத்தம்

தவிலைக் கொட்டி முழக்கும்
அவள் மகனையும் சேர்த்து

மீன் மணக்கும் பொய்கள்

சந்தைப்பேட்டை மீன் கடையில்
சர்வதேச அரசியல் பற்றி
பேச்சு வரும் போதெல்லாம்
சட்டெனப் புலன் விழித்துக்கொள்ளும்
செல்கடை சித்தப்பு
கச்சிதமான உடல்மொழியோடும்
கடைவாயில் வழியும் குறுநகையோடும்
கருத்துகளை அள்ளி எறிவார்
மணமணக்கும் மீன்களுடன் வீடு திரும்பும் அவர்
சிறிது நேரத்தில்
சித்தி விட்டெறிந்த
அழுகிய மீன்களைப் பார்த்து
கலங்கிப்போய் நிற்பார்
வாராவாரம்

அகால வேளை ஞானம்

சமதர்மம் பற்றி பேசுவதற்குத்
தகுதியான ஆள் எமதர்மன் மட்டுமே
என அகால வேளைகளில் பஞ்ச் அடிக்கும்
செல்கடை சித்தப்பு
தன்னிடம் கடன் வாங்கிய செல்வராசு
கடன்காரனாகவே இறந்து போன அன்றிரவு
கண்ணீரும்
தண்ணீருமாய்
தத்துவங்களை மறந்து கொண்டிருந்தார்

ஒரு துளி மனசாட்சி

ஆபாசப் படமொன்றின்
இறுதிக் காட்சியில்
தேம்பித் தேம்பி அழத் துவங்கும்
செல்கடை சித்தப்பு
கலாச்சார சீரழிவு
கற்புக்குண்டாகும் இழுக்கு
காதலின் நிலையாமை
கழிவிரக்கமென
இன்னபிற எண்ணங்களையெல்லாம்
அழுந்தத் துடைத்தபடி
இது கண்ணீரல்ல
தமிழனின்
ஒரு துளி மனசாட்சி
என்றுரைப்பார்
எல்லாருக்கும் உரைக்கும்படி

சச்சின்

நாய்களுக்கான ப்ரத்யேக சேவைகள்

எல்லா நகரங்களிலும்
நாய்களுக்காக ப்ரத்யேகமாக செயல்படுகின்றன
நெடியேறும் மூத்திர சந்துகள்

லாபவெறியின்றியும்
சேவை நோக்கோடும்
நிர்வகிக்கப்படும் இச் சந்துகள்
காற்றாடப் போய்வரும் வசதியுடன்
காலணா கட்டணம் என்பதால்
ச்சீப் அண் பெஸ்ட் என்கின்றனர் விவரமறிந்தோர்

பெரும்புள்ளிகள் எனப்படுவோர்
அவ்வழியே வாக்கிங் செல்கையில்
ஏக்கப் பார்வையுடன் மூச்செறிகின்றன
அவர்களின் கையிலிருந்து நீளும் ஜெர்மன் ஷெப்பர்டுகள்

பாலின வேறுபாடுகள் இன்றி செயல்படும்
இவைகளினுள்
பெண்பால் நாய்கள் மட்டும் நுழைவதற்கு
நுட்பமான தடையிருப்பதாகக் கேள்வி

இச்சந்தை கடந்து செல்லும் யாவரும்
அதன் வாயிலில் தொங்கும்
மரப்பலகையின் சிவப்பெழுத்துகளைத் தவறாமல்
முணுமுணுத்தபடி செல்கின்றனர்
நாய்களால், நாய்களுக்காக, நாய்கள் மட்டும்

ஜென்னாக இரு கண்ணே

புன்னகை முகம் காட்டு
கண்களைப் பளபளப்பாக்கு
காத்திருத்தலின் மணமறி
ஒருபோதும் திரும்பிப் பார்க்காதே
எட்டிப் பார்த்தும் குறி சொல்லாதே
கொண்டாட்டங்களுக்குள் சிறு சோகமும்
பெருஞ்சோகத்தினுள்
சிறு கொண்டாட்டமும் கொள்
காலப்பிரக்ஞையற்று கல்லாகச் சமை
கல்லுக்குள் அணுவாய்
அணுவின் கடைசி ஆர்பிட்டாய்
ஆர்பிட்டின் எலக்ட்ரானாய் அலைந்து திரி
தலையொன்றிருப்பதை மறந்து
தாளகதியில் குதி
இறக்கைகள் முளைத்து காணாமல் போ
ஜின்னும் தண்ணியும் ஒன்னே
ஜென்னாக இரு கண்ணே

ஒரு ஸ்பூன் சென்டிமெண்ட்

பேருந்தில் என்னருகே
அமர மறுக்கும்
அரைநூறாண்டு சென்று செரித்த அம்மணியே
என்னை அசிங்கப்படுத்தாதே

நானும் உன் புத்திரனும்
மைதானத்தின் மையத்தில் கால்பந்து விளையாடுவதை
உன் வீட்டுச் சாளரத்தில்
குட்டிச்சிறுமியின் பாவாடையாய்ப் பறந்தலையும்
திரைச்சேலையை விலக்கிப் பார்

ஊர்தான் தடையென்றால்
உன் கையிலொரு கொள்ளி தருகிறேன்

நீயே தடையென்றால்
பொறு
உன் வயிற்றில் பிறக்கிறேன்

குட்டித்தலைவன் வருகிறான்

சுட்ட அப்பளமென மடமடக்கும் வெண்மேலாடையும்
வானமுறைந்த தொடைபிடிக்கும் நீலக் கீழாடையும்
சற்றேறக்குறைய பதினெண்மேல்கணக்கில்
வெற்றிவேல் வருகிறார்

கல்லூரித் தலைவன் முடிகொண்டு
சாதிக்குப் பிறந்தவனல்ல சாதிக்கப் பிறந்தவனென முழங்கி
சாதித் தலைவனிடம் தஞ்சம் கொண்டது கிளைக்கதை

மழித்த சுடர்முகமும் மரித்த நீதி உணர்வும்
பொங்கு தமிழ்பேச்சும் போங்கு முகச் சிரிப்பும்
தலைவன் தந்தவை

வேலையற்ற வெட்டிகளும் மானமற்ற தட்டிகளும்
இரவானால் குட்டிகளும் இளைப்பாறப் புட்டிகளும்
தானாய் வந்தவை

சிந்தனையுரம் சிந்தும் பேச்சுகளிலும்
சில்லரைப் பஞ்சாயத்துகளிலும்
தனக்கே தனக்கான இடத்தை கனாக் காண்கிறார்
காலி[illegible]த் தலைவன்

பதினெண் கீழ்க்கணக்கிலிருந்து படியேறும்
தலைவனின் புதல்வனை மறந்து

வெற்றி ஒரு தொலைதூரச் சுடரென
உருமாறி உருமாறி எரிகிறது

கனன்று கொண்டிருக்கும் இதயத்தில்
முட்டுக் கொடுத்து அமர்ந்திருக்கிறான்
குட்டித் தலைவன்

அரசியல்ல இதெல்லாம் சாதாரணமப்பா

பழமை நெடியேறி துணுக்குற வைக்கும்
அலுவலகத்தின் கோப்புகளுக்குள்
நேர்த்தியாய் நாடா இறுக்கி கட்டப்பட்டிருப்பது
சூதும் அதன் அழகிய குட்டிகளும் தான்

அரவம் ஊரும் ஒலியில் ஒருத்தி
அதிகாரியிடம் குறுநகையுடன் கதைத்தால்
கதை கந்தல் என்று கொள்

கடைசி நேரக் கவிழ்த்தல் எல்லாம்
சரக்குத் தம்ளருக்கு மட்டுமானதல்ல சொல்

நாற்திசைகளிலும் நாரதன் இருப்பான்
நண்பனை எதிரியாக்கும் எதிரியையும் எதிரியாக்கும்
வித்தையை அவனிடம் கல்

காலம் கலிகாலம் சார் என்ற வாட்ச்மேனின் கூற்றுப்படி
அரசியல் சூத்திரம் புலனாகா வாழைமட்டைகளுக்கு
ஓரத்தில் ஒண்டக்கூட இடமில்லை காண்

கரியாயேனும் இருத்தல் சிற்றாறுதல் என்பதால்
காலத்தோடு ஒழுக சற்றே ஏற்றது கேள்

கட்டிக் கற்பூரமென்றால் வாடா ராசா வா உனக்காகத்தான்
கருங்களிறு மாலையுடன் காத்திருக்கிறது பார்

நல்லவன் எவனும் தென்படுகிறானா-அவன்
கண்களை மட்டும் காணாமல் கடந்து செல்

திருத்தவேயியலா நல்லவனா
காலம் உனக்கானதில்லை என்பதை
நாசூக்காக எடுத்துசொல்லி அவனை அனுப்பி வை
புழுக்கமாயிருக்கிறது காற்று வரட்டும்

கனவில் களமாடிய தோனி

கிரிக்கெட் ஒரு மதமானபோது
அவன் மதவெறியனாயிருந்தான்
மிதமான பந்து நன்கு எழும்பி
அவனைப் பொட்டில் தாக்கியபோது
அல்ட்ரா மோஷனில் அதை ரசித்தபடி
ஆழ்ந்த கனவிலிருந்தான்
மட்டையின் சூடு தணிவதற்குள் அடுத்த
சிக்சரைப் பறக்கவிடும் மனநிலை
தெறிக்கும் இயல்பாட்டக்காரன்
வேகம் முக்கியமல்ல விவேகம்தான்
எனும் அப்பாவின் ஆணைக்கிணங்க
சுழற் பந்துகளையே வீசிவந்தான்
அரசியலுக்கு அப்பாற்பட்டது எதுவுமில்லை
என்ற கணம் உரைத்தபோது
சென்ஜோசப்பில் வாரக்கூலிக்கு வகுப்பெடுத்தான்
நேற்று அய்யனார்புரம் பொட்டலில்
சூரியனின் கொலைகாரத் தகிப்பில்
ஆளுயர மட்டையை சுமந்து
அதிரடி செய்தனர் குட்டி மட்டையாளர்கள்
இன்று அவன் கனவில் களமாடிய தோனி
ஹெலிகாப்டர் ஷாட்டொன்றை சுழற்றியடித்தான்
உயர உயர பறந்தன
பந்து மைதானத்தின் வெளியேயும்
அவன் உள்ளம் உள்ளேயும்

மீன்களின் பசியைப் பேசும் கவிதை

மீன்களின் பசியைப் பேசும்
ஒரு கவிதையை வாசிக்கிறேன்
நினைவைத் தட்டுகிறது
வீட்டுத் தொட்டி மீன்களின் பசி
நடைக்கெட்டும் தூரத்தில்தான் இருக்கிறது
மீன் தின்னும் குட்டி உருண்டைகள்
கவிதை தரும் சுவையில்
ஒத்திப் போடுகிறேன் மீனின் பசியை
ஒரு கவிதை வென்று கொண்டிருக்கும்போதே
தோற்றுக் கொண்டிருக்கிறது

உவர்க்கும் காலம்

கண்ணீர்த் துளிகள் துளிர்க்கும்
கதைகளைக் கதைகள் என்று
நம்ப மறுப்பவன் நான்
நெஞ்சின் அடியாழத்தில்
அசைவற்றுக் கிடக்கின்றன
புகை மேவும் பனிக்கட்டிகள்
சொன்னவன் எத்திசையிலோ
சென்று மறைந்துவிட்டான்
இப்போதுதான் மெல்ல
உப்புக்கரிக்கத் தொடங்குகிறது

சட்டம் தன் கடமையைச் செய்யும்

சட்டச் சிக்கல்கள் நிறைந்த
ஒரு அரசு அலுவலகத்தில்
தன் குழந்தையின் இறப்புச் சான்று கேட்டு
கால்கள் தத்தளித்தபடி நிற்கிறான்
ஒரு குடியானவன்
அலுவலகப் பதட்டம் ஆட்கொள்கிறான்
திருவிழாக் குழந்தைபோல் விழிக்கிறான்
அதிகாரியின் முன் கூசி நிற்கிறான்
கும்பிடுகிறான்
தன் கண்ணீர்க் கதையை
நா குழறி உளறுகிறான்
குனிந்தபடி இருக்கும் அவர்தம்
கடைக்கண் பார்வைக்காக
இறைஞ்சுகிறான்
சட்டம் இவற்றையெல்லாம்
ஏறெடுத்துப் பார்த்திடுமோ
அவன் போக வேண்டிய தூரம்
இன்னும் அதிகமிருக்கிறது

இருண்ட வெளிச்சம்

பயம் மிக எளிதாய்
நுழைந்து விடுகிறது
ஒரு இரயிலைப் போல
குறுக்காக தடதடத்துக் கடக்கிறது
பூவின் மகரந்தத்தில்
ஆட்டில் கர்ப்ப வயிற்றில்
பிஞ்சுக் குழந்தையின் சிரிப்பில்
செந்நிற அந்தியில்
தொட்டி மீனின் நீந்தலில்
கல்யாணப் பெண்ணின் முகஜொலிப்பில்
பள்ளியின் மணி ஓசையில்
ஒரு வேசையின் தளுக்கில்
சுற்றத் தயாராகும் பம்பரத்தில்
ஒரு விடலைச் சிறுமியின் தூமையில்
நிம்மதியாத் தூங்கும் முகத்தில்
பூரண நிலாவில்
வெற்றியெனப்படும் வெற்றியில்
மிக எளிதாய் நுழைந்து விடுகிறது
வெளிச்சத்துக்கு பக்கத்தில்
இருட்டை வைத்துப் போனது எவன்

யானை

அந்தக் கோயில் வளாகத்தில்
ஒரு குன்றைப் போலப்
படுத்திருந்தது யானை
கடவுள் உட்பட எல்லோரும்
அதைப் பார்த்திருந்தனர்
கடவுள் உட்பட அதை
யாரும் பார்க்கவுமில்லை

மாடப்புறா

மாதாக்கோயில் மாடப்புறாக்களுடன்
வந்து சேர்ந்தது
ஒரு புதிய புறா
மஞ்சள்நிற அலகு
மயில் கழுத்து
ஒளி வீசும் நீலக் கண்கள்
இளஞ்சிவப்பு இறக்கைகள்
கால்கள் அவை மரநிறம்தான்
இந்தப் புறா
கனவின் மொழிபெயர்ப்பு
அல்லது
புனைவின் குழந்தை
அல்லது
வானவில்லின் உயிர்வடிவம்
என்றாரவர்
புறா எப்படி இருந்தா என்ன
வறுவல் நல்லா இருந்தா சரிதான்
என்றானவன்

மோகனா சொன்னாள்

காதலின் வாசலில்
கண்மூடி தியானித்திருக்கிறது
ஒற்றைக்கால் காமம்

கதவை முட்டி
மெல்ல எட்டிப் பார்க்கிறது
ஒரு பூனைக் காமம்

விடியலின் ஜூவாலையில் சுழன்று
அணுப்பிளந்து உயிரிழக்கிறது
ஒரு பேய்க் காமம்

தத்தளித்துத் தத்தளித்து
முத்தத்தில் கரை சேர்கிறது
ஒரு குழந்தைக் காமம்

தண்டனை

நள்ளிரவின் நிசப்தத்தை
டங்டங் டிகடிக டங்டங்கென
சலனப்படுத்தியது ஒரு திருட்டுப்பூனை
உருட்டிய பூனையை தண்டிப்பது
உன் பொறுப்பு
உருளும் கனத்த வெங்கலப்பானையைத் தண்டிப்பது
கண்டிப்பாக என் பொறுப்பு

சச்சின்

அங்குசாமியின் சைக்கிள்

அங்குசாமி
சைக்கிள் வண்டியில் போய்
காயலான்கடை சாமான்களை வாங்கிக்கொண்டு
ஐஸ்குச்சியை பண்டமாற்றுபவர்
வலிச்சா காலு பசிச்சா சோறு
யாதொன்றும் அறியாதவர்
அறிவுஜீவி இல்லை
இலக்கியவாதி இல்லை
வாதி இல்லை
பிரதிவாதி இல்லை
சினிமா பார்ப்பதே இல்லை
பெருக்கல் வகுத்தல் இல்லை
சதியில்லை
சாதியில்லை
நட்பில்லை
நாதியில்லை
மதிப்பில்லை
மதியாதார் தலைவாசல் மயிருக்கு
சமானமென்று எண்ணுவாரில்லை
இந்த மாபெரும் சைக்கிள் சங்கிலியில்
ஒரு கண்ணி அவர்
அவரின்றி இச்சக்கரம்
ஆட்டம் காணும் எனும்
பேருண்மையை அங்கு
அறிந்தாருமில்லை

உள்ளீடற்ற பூக்கள்

ஊள்ளீடற்ற வார்த்தைகளுக்கு
சப்த ஒழுங்குகள் இல்லை
கட்டமைவுகள் காலக்கணக்கீடுகள்
திட்டங்கள் இல்லை
ஒரு குழந்தையின் சோப்புக்குமிழிபோல்
காற்றை அடைத்து
வண்ணம் குழைத்து கண்கள் நிறைக்கின்றன
அவை உடைபடும் ஓசையில்
மொட்டவிழும் பூக்கள் தான்
அர்ச்சனைக்குரியவையாகின்றன

சச்சின்

நான்காவது வானம்

நான் பார்த்ததோ மூன்று வானங்கள்
என் குக்கிராமத்தில்
பசுமை கசிந்து மணத்த வெளியில்
உறுப்புகளும் குளிரக்கிடந்தபோதும்
சிறுநகரப் பள்ளி விடுதியில்
கெண்டைக்கால் நனையாமல்
காலைப் பிரார்த்தனையில் நின்றபோதும்
என் கனவுப் பெருநகரில்
தாகம் தீர்க்க ஒற்றை எலும்புத் துண்டுக்கு
அடித்துக் கொள்ளும் நாய்களென வாழ்ந்தது போதுமென
மூன்று வானங்கள்
நான்காவது வானமோ
நன்கு சிவந்திருக்கலாம்
நான் அதைப் பார்க்கலாம்
அல்லது
அது மட்டும் என்னைப் பார்க்கலாம்

பசி

பசிமேகங்கள் சூழ்ந்த
எங்கள் தெற்கு வானில்
நண்டும் நத்தையும்
இன்ன பிற நாங்களும்
பசியோடிருந்தோம்
எல்லாம் பிறந்தன

சச்சின்

மனோரமா கொண்டை

மனோரமா கொண்டைகளுடன்
அக்கம் பக்கம் வாழ்தல் சகஜம்
தாய்மை தமக்கைமை மீது
பொய்மை எண்ணம் வேண்டாம்
குறுக்கு வெட்டுத் தோற்றம் தேடுதல்
வேண்டவே வேண்டாம்
காலை மாலை நிலம் நோகாமல்
நடக்கப் பழகுதல் நலம்
எதிர் நுண்ணுயிரி எனும் பதத்தை
கையாளப் பழகவில்லையெனில்
மாலைமலரில் செய்தி வரும்

சூடிக்கொண்ட சுடர்கொடி

விற்பனைக்கு வைக்கப்பட்டிருந்த
மல்லிகைப் பூக்களை அள்ளி
புத்தம்புதுச் சாலையில் எறிகிறாள்
பூக்காரியின் மகள்

ஒரு சிறுமியின் பெருங்கருணையால்
சாலை சூடிக்கொள்கிறது
பெண்மையை

சச்சின்

பொன் அந்தி நிறப்பழம்

சீமைக்கொன்றை நிழல் தரும்
அகன்ற வீதியில் காதலியுடன்
நடக்கிறான் இளவல்
மஞ்சள் பூக்களின்மீது பாதம்படாமல்
தடுமாறி நடக்கிறாள் அவள்
எலுமிச்சை சாறு வேண்டுமென
சிணுங்கிக் கேட்டுக் குடிக்கிறாள்
சீராக அடுக்கப்பட்ட பழக்கடையின்முன்
அவளை நிறுத்துகிறான் இளவல்
மாதுளைக்கு ஒரு விலை
மாம்பழத்துக்கு ஒரு விலை
ஆப்பிளுக்கு ஒரு விலை
ஏனென்று அவளுக்கு விளங்கவேயில்லை
எல்லாவற்றுக்கும் பேரம் பேச
இளவலுக்கு உத்தரவிடுகிறாள்
எதுவும் பேசாமல்
ஒரு மாசற்ற சீமை ஆரஞ்சுப் பழத்தை
மட்டும் கையிலேந்தி
பொன் அந்தி நிறத்தில் சிரிக்கிறாள்

தலைப்பிடப்படாத கவிதை

தலைப்பிடப்படாத கவிதை ஒன்று
நடந்த செல்கிறது
சரஞ்சரமான மல்லிகைப்பூ
தொங்குகிறது
வாசமான வாசம்
குணம் மணத்துடன்
ஸ்கூட்டியில் போகும்போது
திசைவேகமும் கொள்கிறது
கொஞ்சம் முத்தமும் வெப்பமும்
முகிழ்த்து நுரைக்கிறது தோழர்களுக்கு
தலைப்பெல்லாம் ஒரு பொருட்டா
என்றபடி அக்கவிதை
அலுங்கிக் குலுங்கி
எல்லாவற்றையும் ஒருமுறை
அசைத்துப் பார்க்கிறது

சச்சின்

பறவை மனிதன்

தமிழ் பேசும் பறவை மனிதனை
யாரேனும் பார்த்ததுண்டா
ரிகன் தாம்சனை இன்னாரிடு
ஆங்கிலத்தில் பறக்க விட்டார்
பறந்து சென்ற அப்பறவை
அசல் என்றும் செவ்வியல் என்றும்
பாடித் திரிந்தது
எத்தனை ஆங்காரம் குரலில்
அதன் பின்னணியில் ட்ரம்சை
இசைப்பது இன்னாரிடுவேதானா
தமிழில் ட்ரம்ஸ் மணியை பரிந்துரைக்கலாம்தான்
பறக்க எத்தனித்தால்
தாங்கள்தான் ஆடியும் பிஎம் டபிள்யூவையும்
வாங்கிய பின்னர் எல்லாம்
அசல் அச்சு அசல்
ஆகி விடுகிறீர்களே
எம்மா ஸ்டோன் என்ற கண்கள் நிறைந்த
முகக்காரியை மட்டும் தேடியலைகிறீர்கள்
ட்ரம்ஸ் அந்நியமாய் ஒலித்தால்
நம் ஆதிப்பறையை நரம்பதிர முழக்குங்கள்
பறக்க இயலாவிடினும்
தத்தி தத்தியாவது திரிவோம்
இப்போதைக்கு இப்போதைக்கு

சம்பவம்

துர்நாற்றம் புகைபோல் பரவியதால்
வரிவிட்ட மரக்கதவுகளை உடைக்க வேண்டியதாயிற்று
அவன் உதடுகளை எறும்புகள் தின்றிருந்தன
பற்கள் சிரிப்பது போலிருந்தது
கண் இமைகளையும் தின்றன
கண்கள் மூட வழியின்றிப் பார்த்தன
ஓட்டைப் பிரித்து உடலை உள்ளிறக்கியிருந்தனர்
மூன்று பகல் மூன்று இரவாயிருக்கும்
நான் நள்ளிரவில் ஒன்றுக்குப் போனபோது
ஒரு அம்பாசிடர் வீட்டருகேயிருந்து
கிளம்பிச் சென்றதாக ஒரு பெண் சொன்னாள்
தலைகள் மொய்க்க தொடங்கியிருந்தன
ஓலம் அறுபட்டு அறுபட்டு ஒலித்தது
பங்காளிகள் திசைக்கொருவராய் அலைந்தபடி
மொபைலில் தகவல் சொன்னார்கள்
விவரமான இருவர் சோகம் தாளாமல்
சரக்குக்கு பணம் திரட்டினர்
குழந்தையுடன் ஊருக்குச் சென்ற
மனைவியின் செல் மட்டும் தொடர்ந்து
நாட் ரீச்சபிள் என்றது

சச்சின்

கவிதை சொல்லும் நீதி

போகுமிடமெல்லாம் நீ
என்னைத் தேடிக்கொண்டிராதே
உன்னைத் தேடிக்கொண்டிரு
உன்னை
என்றழுத்துகிறாள்
மலர் என்ற விவரமான காதலி
சட்டென்று அவளுக்கு ஒரு இளையராஜா பாடலை
டெடிகேட் செய்கிறேன் நான்
நானென்பது நீயல்லவோ தேவதேவி
மொக்கைக் காட்சிதான்
நொடியில் வெட்கிச் செம்மலர் ஆகிறாள் வெறும் மலர்
இவ்வாறு விவரமான காதலி பிடித்து
எளிமையான காதலில் திளைப்பீர் என்பது
இக்கவிதை சொல்லும் நீதி

மணமூட்டி

மெல்லத் தூறுது வானம்
கொஞ்சும் செல்லத் தூறல்
கோணல் வகிடு கொண்ட
பருத்தியுடை நல்லாள்
பொன்வண்டின் ரீங்காரத்தை
நெஞ்சில் போலச் செய்பவள்
தன் வருகையில்
வரியோடிய அதரங்கள்
தொம் தொம்மென உதைக்கும்
அதகளங்கள் புரியாப் புரிபவள்
சாவின் கடைசிச் சொட்டிலும்
தித்திப்பூட்டும் பேனாப் பொட்டு
மச்சமொன்றை எனக்கு மட்டும்
இலைமறை காயாக்குபவள்
மணமூட்டி மணமூட்டி
காலங்களை உறைத்து
விரலியும் சந்தனமும் குழைத்து
மணமூட்டி விளைவிப்பவள்
அவள் ஆட்டி வரும் அழகில்தான்
மெல்லத் தூறுது வானம்
அவன் ஆட்டி வரும் அழகில்தான்
பின்பு அடித்துப் பெய்கிறது

சச்சின்

கனவில் மசமசக்கும் நிறம்

ஒரு செம்போத்து பறக்கிறது
அவ்வானத்தில் சிவப்பைத்தவிர ஏதுமில்லை
அது தம் குழந்தைக்கு கொண்டு சென்ற உணவில்
சிந்தியவற்றைத் தின்று செழித்த இலைப்பொரசு மரங்கள்
காடெங்கும் எரிகின்றன
தீயைச் சூடிக் கொள்ளும் குழந்தைகள்
அந்தியில் தூமை நீக்குகின்றன
மலர் கொண்ட தூமை
அடர்காற்றில் பரவும் சிவந்த மெல்லிசையை
இசைத்த பாணன் நேற்றிரவு
ஒரு இசையுடன் உறவு கொண்டான்
உயிர் கொண்ட அவள்
வெற்றிலையைக் குதப்பி வானத்தில் துப்பினாள்
அது செம்போத்து போலவே இருந்தது

மிஸ்டர் பன்னீர்செல்வம்

பொன்மினுங்கும் விரல்கொண்ட
அக்கனத்த பெருந்தகையார்
மிஸ்டர் பன்னீர்செல்வமேதான்
ஆர்பரிக்கும் புடைசூழ எங்கெங்கும் கிடைப்பார்
அகமெங்கும் திரிந்து கரியொத்த நிறமாகித் திரிவார்
சதுரங்கக்காய் நகர்த்தும்போது
நட்புக்கு பழிசெய்யும் குணமும்
நம்பிக்கு துரோகிக்கும் தினவும்
மெய்யொன்றே நிலையென்ற கனவும்
இயல்பாகி இறுமாப்புக் கொள்வார்
தடைதாண்ட ஒருநாளும் அறியார்
பயத்தில் தெருநாய்க்கும் டீ சொல்லிநகர்வார்
நல்லுணர்வொன்று மேலெழுந்து வரினும்
அதில் நீர்தெளித்து புகைமேவ விடுவார்
தயைநாடி எவரேனும் வந்தால்
நாடிவைத்து நன்மையொன்று சொல்வார்
வைகாசி பிறந்தாலே போதும்
தக்காலி நீ அமோகண்டா
காலற்ற படுக்கையிலே பன்னீர்செல்வர்
தக்காலி சகலத்தையும் வாரிச்சுருட்டி செல்வார்?

சச்சின்

கணக்குகளால் ஆனவன்

முற்று முழுதாக கணக்குகளால் ஆனவன் நீ
அன்பின் பூரணத்துவத்தை
உணர இயலாது ஒருபோதும் உன்னால்
காதலிக்குத் தரும்முத்தம் கூட
உனக்கு ஒரு கணக்குதான் என்றறிந்தநான்
கால்குலேட்டர் மீது மதிப்புக் கொண்டேன்
உன் புன்னகையை
உன் கண்ணீரை
எந்தக் கணக்கில் நான் வைத்துக் கொள்வேன்
நேர்ந்த ஒன்று என்ற ஒன்று
இல்லா உன் வாழ்வை நீ வரமென்கிறாய்
ஏழு தலைமுறை சாபமென்கிறேன் நான்
கணக்குகளுக்குள் வாள் சுழற்றி
வீரதீர சூரனாய் நிற்கும் நீ
நாளை எரியப் போகும் சிதையின்
கருவேலங்கட்டைகளை எண்ணியபடியிரு
எண்ணிக்கையில் குறைவேற்பட்டால்
தோழா என்னைக் கேட்காதே

அசல்கலைஞன்

கலை மனத்தைத் தக்கவைக்க
காசு பணம் தேவையில்லை
என்றுரைப்பார் செல்கடைசித்தப்பு
பேருந்தின் தடமறியா பாதைகளில்
பட்டிமன்றம் சென்று
நெட்டி முறித்துப்பேசி
ரகசியமாய்ப் பணம் சேர்ப்பார்
நண்பர்களை அழைத்து
பணத்தை பானமாக்கி தாரை வார்ப்பார்
வானுயர்ந்த சோலைகளில்
உலவித் திரியும்போது இவ்வுலகத்துக்கு அவர்
அறிவிப்பது ஒன்றே ஒன்றுதான்
கலைமனத்தைத் தக்கவைக்க
காசுபணம் தேவையில்லை

ரோஸ்வண்ணப்பருவம்

இதயத்திற்கு இதமான
ரோஸ் வண்ணநகப்பூச்சை இட்டிருக்கிறாள்
அந்த மூக்குத்திப்பூ
தனிமையடர்ந்த குளிரவில்
உள்ளம் கேட்கும்
சிகரட்டையொத்த சில்க்கி விரல்கள்
தக்காளிப்பழங்களின் மென்மையைத் தடவுகின்றன
ஒளிரும் மிளகாயை ஒருபிடி அள்ளுகின்றன
வெண்டையுடன் சோடி பார்க்கின்றன
பீட்ரூட்டை இறுக அணைத்து குளிருணர்கின்றன
அடங்கமறுக்கும் முட்டைக்கோஸை விட்டுவிடுகின்றன
அதன் கைகள் எனக்கு வேண்டாம்
அதன் கண்கள் எனக்கு வேண்டாம்
அந்த மென்பஞ்சு எனக்கு வேண்டாம்
அந்த வெண்மதி எனக்கு வேண்டாம்
அதன் காலடியில்
ஒரு உயர்தர நாய்க்குட்டியென நிற்கும்
அந்த நெய்க்குழந்தையின்
ஒரு முத்தம் மட்டும் போதும்

அதிர்ந்து பரவும் மருதப்பண்

குருகு பறந்த மருத வானில் வட்டமடிக்கின்றன பருந்துகள்
கரிமுகனின் குடமுழுக்கின் பொருட்டு

யாழ்மீட்டிய பாணன்கள் சட்டென இசைமீண்டு
கன்னத்தில் போட்டுக்கொள்கிறார்கள் நிலை மறந்து

உழத்தியின் கசிந்து செழித்த பசும்வெளி
காலத்தின் கீழ் மிதிபடுகிறது நாதியற்று

நெல்லரிக்கிணை கொட்டிமுழக்கும் மறக்கிழத்திகள்
எல்லாருள்ளும் அமர்ந்திருக்கின்றனர் கனன்றபடி

பரத்தையின் உறவறிந்த தலைவியின் மனமென
கலவரமுறுகின்றன மூதூரின் வீதிகள்

வெள்ளத்தனையது மலர்நீட்டம்தான் நாறும் கமலமே
கரைகள் உடையும் வரை அல்லது உடைக்கும் வரை

தவிர
திமிறலும் திமிறல் நிமித்தமுமே இயல்பாய்க் கொண்டதனால்
பசித்த தம் மக்களின் வயிற்றுக்கு
அவர்கள் அவ்வப்போது மாட்டுக்கறி சமைக்கிறார்கள்

DBP
250